Impressum
Verlag: BABADADA GmbH, Nedderfeld 112 , 22529 Hamburg
Geschäftsführer / Verlagsleitung: Harald Hof
Druck: Books on Demand GmbH, In de Tarpen 42, 22848 Norderstedt

Imprint
Publisher: BABADADA GmbH, Nedderfeld 112 , 22529 Hamburg, Germany
Managing Director / Publishing direction: Harald Hof
Print: Books on Demand GmbH, In de Tarpen 42, 22848 Norderstedt, Germany

trường học
škola

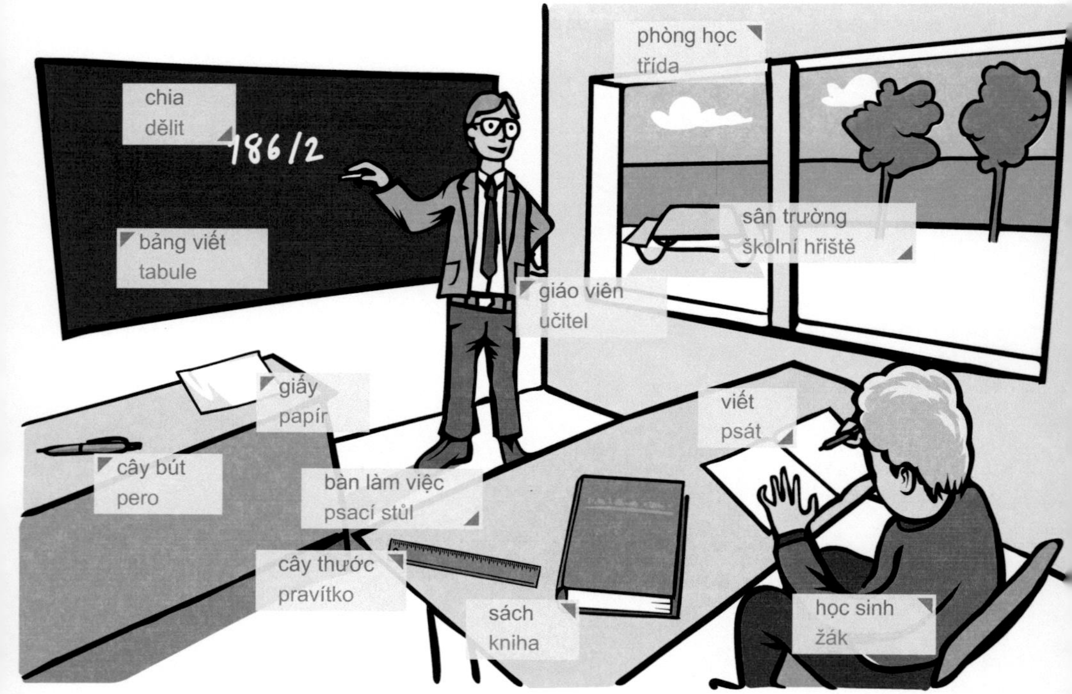

chia
dělit
186/2
bảng viết
tabule
phòng học
třída
sân trường
školní hřiště
giáo viên
učitel
giấy
papír
viết
psát
cây bút
pero
bàn làm việc
psací stůl
cây thước
pravítko
sách
kniha
học sinh
žák

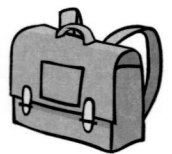

cặp đeo vai học sinh

aktovka

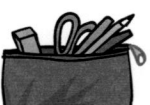

hộp đựng bút

penál

bút chì

tužka

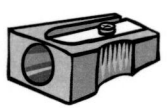

cái gọt bút chì

ořezávátko

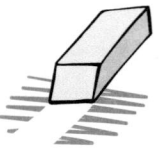

cục tẩy

guma

tập giấy vẽ

blok na kreslení

bản vẽ

výkres

cọ vẽ

štětec

hộp mực vẽ

malířské potřeby

cây kéo

nůžky

keo dán

lepidlo

sách bài tập

cvičebnice

bài tập ở nhà

domácí úkol

số

počet

cộng

sčítat

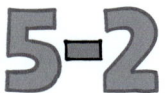

trừ

odčítat

nhân

násobit

tính toán

počítat

chữ cái

písmeno

bảng chữ cái

abeceda

từ

slovo

văn bản

text

đọc

číst

phấn viết

křída

bài học

hodina

sổ lớp

třídní kniha

thi kiểm tra

zkouška

chứng chỉ

vysvědčení

đồng phục học sinh

školní uniforma

giáo dục

vzdělání

từ điển bách khoa

encyklopedie

đại học

univerzita

kính hiển vi

mikroskop

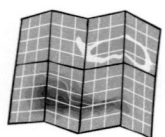

bản đồ

karta

thùng rác giấy

odpadkový koš na papír

du lịch

cesta

khách sạn
hotel
Grand
nhà trọ
ubytovna
ROOMS
quầy đổi tiền
směnárna
va li
kufr
xe ô tô
auto

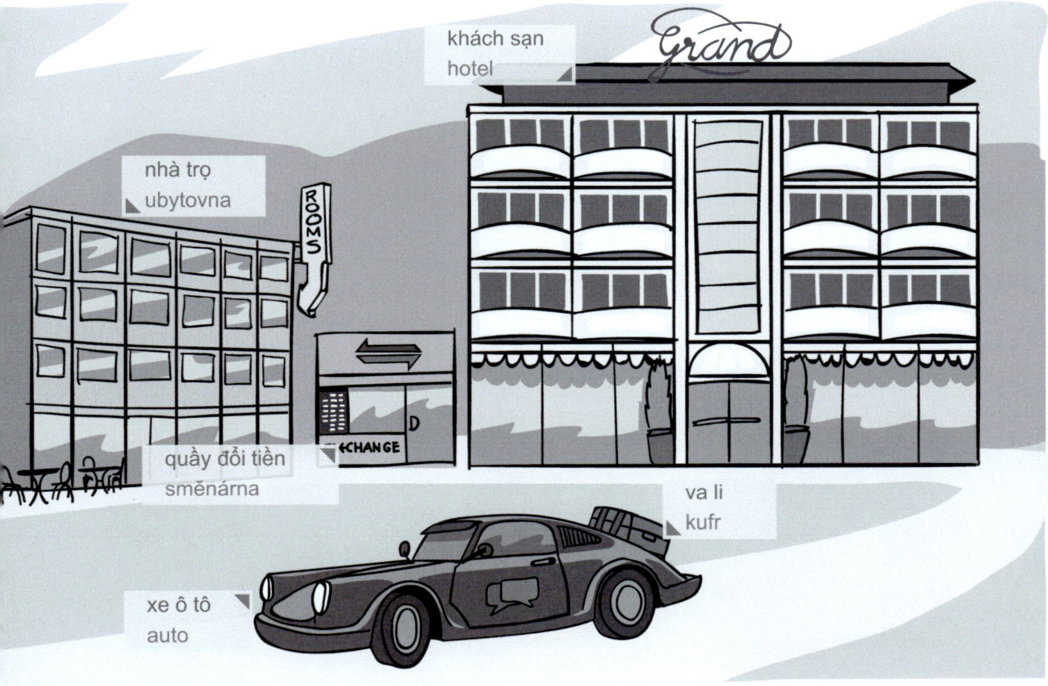

ngôn ngữ

jazyk

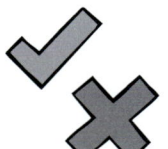

có / không

ano / ne

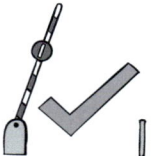

ô kê

oukej

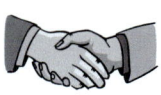

Xin chào

Ahoj!

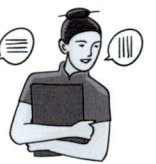

thông dịch viên

překladatel

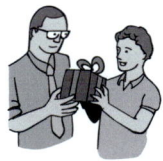

cám ơn

děkuji

… bao nhiêu tiều?

Kolik stojí...?

tôi không hiểu

nerozumím

vấn đề

problém

Xin chào! (buổi tối)

Dobrý večer!

xin chào! (buổi sáng)

Dobré ráno!

chúc ngủ ngon!

Dobrou noc!

tạm biệt

na shledanou

hướng đi

směr

hành lý

zavazadlo

túi xách

taška

túi ba lô

batoh

khách

host

phòng

pokoj

túi ngủ

spací pytel

lều

stan

thông tin du lịch

turistické informace

bãi biển

pláž

thẻ tín dụng

kreditní karta

ăn sáng

snídaně

ăn trưa

oběd

ăn tối

večeře

vé xe

jízdenka

thang máy

výtah

tem bưu điện

poštovní známka

biên giới

hranice

hải quan

clo

đại sứ quán

poselství

thị thực

vízum

hộ chiếu

pas

vận chuyển

transport

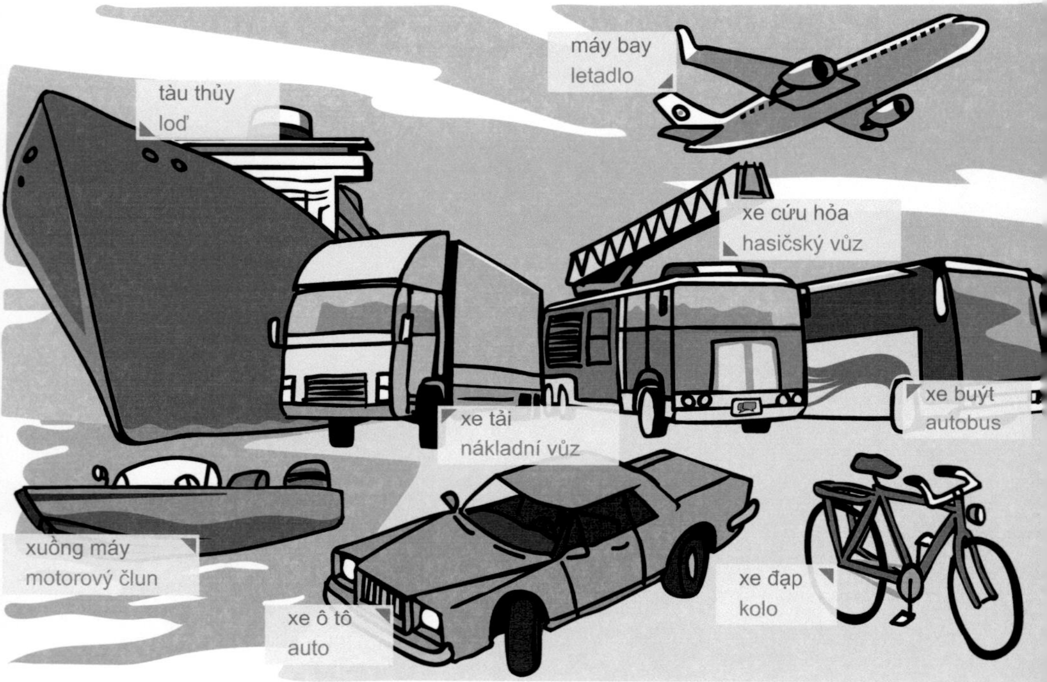
máy bay
letadlo
tàu thủy
loď
xe cứu hỏa
hasičský vůz
xe buýt
autobus
xe tải
nákladní vůz
xuồng máy
motorový člun
xe đạp
kolo
xe ô tô
auto

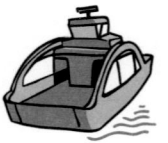

phà

přívoz

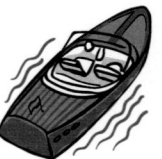

xuồng

člun

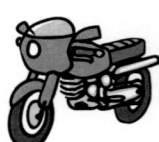

xe máy

motorka

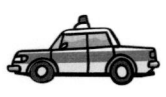

xe cảnh sát

policejní auto

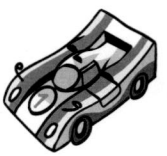

xe đua

závodní auto

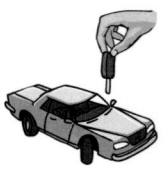

xe cho thuê

pronajaté auto

dịch vụ thuê xe tự lái

sdílení aut

xe kéo cứu hộ

odtahová služba

xe rác

popelářský vůz

động cơ

motor

xăng

palivo

trạm xăng

čerpací stanice

biển báo giao thông

dopravní značka

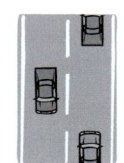

giao thông

doprava

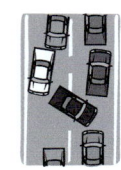

ách tắc giao thông

dopravní zácpa

bãi đậu xe

parkoviště

nhà ga

vlakové nádraží

đường ray

koleje

xe lửa

vlak

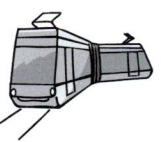

tàu điện

tramvaj

toa xe

vagón

máy bay trực thăng

helikoptéra

sân bay

letiště

tháp

věž

hành khách

pasažér

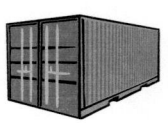

côngtenơ

kontejner

thùng các-tông

kartón

xe đẩy

trakař

cái giỏ

koš

cất cánh / hạ cánh

vzlétnout / přistát

thành phố

město

làng

vesnice

trung tâm thành phố

střed města

nhà

dům

rạp chiếu phim
kino

quảng cáo
reklama

đèn đường
pouliční lampa

CINEMA

đường phố
ulice

taxi
taxi

người đi bộ
chodec

quán ăn nhẹ
kiosek

vỉa hè
chodník

ngã tư giao th
křižovatka

phần đường có vạch cho người đi bộ
zebra pro chodce

thùng rác lớn
popelnice

đèn hiệu giao thông
semafor

nhà chòi

chata

căn hộ

byt

nhà ga

vlakové nádraží

tòa thị chính

radnice

viện bảo tàng

muzeum

trường học

škola

đại học

univerzita

ngân hàng

banka

bệnh viện

nemocnice

khách sạn

hotel

hiệu thuốc

lékárna

văn phòng

kancelář

hiệu sách

knihkupectví

cửa hiệu

obchod

cửa hiệu bán hoa

květinářství

siêu thị

supermarket

chợ

tržnice

cửa hàng bách hóa

obchodní dům

người bán cá

rybárna

trung tâm mua bán

nákupní centrum

bến cảng

přístav

công viên

park

ghế băng

lavička

cầu

most

cầu thang

schody

tàu điện ngầm

metro

đường hầm

tunel

trạm xe buýt

autobusová zastávka

quán bar

bar

khách sạn

restaurace

hòm thư công cộng

poštovní schránka

bảng hiệu đường

pouliční tabule

đồng hồ đậu xe

parkovací hodiny

vườn bách thú

zoo

bể bơi

plovárna

nhà thờ Hồi giáo

mešita

nông trại
....
usedlost

ô nhiễm môi trường
....
znečišťování životního
prostředí

nghĩa trang
....
hřbitov

nhà thờ
....
církev

sân chơi
....
hřiště

ngôi đền
....
chrám

phong cảnh
krajina

lá cây
list

bảng chỉ đường
rozcestník

lối đi
cesta

bãi cỏ
louka

hòn đá
kámen

người đi bộ đường dài
turista

cây
strom

sông
řeka

cỏ
tráva

bông hoa
květina

thung lũng
údolí

đồi
hora

hồ nước
jezero

rừng
les

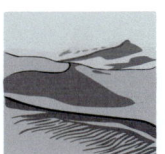

sa mạc
poušť

núi lửa
sopka

lâu đài
zámek

cầu vồng
duha

nấm
houba

cây cọ
palma

con muỗi
komár

con ruồi
moucha

con kiến
mravenec

con ong
včela

con nhện
pavouk

bọ cánh cứng

brouk

con ếch

žába

con sóc

veverka

con nhím

ježek

con thỏ

zajíc

con cú

sova

con chim

pták

thiên nga

labuť

heo rừng

divoké prase

con hươu

jelen

nai sừng tấm

los

đê

přehrada

tuabin gió

větrné kolo

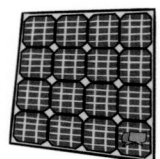

tấm năng lượng mặt trời

solární panel

khí hậu

podnebí

restaurace

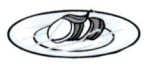

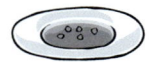

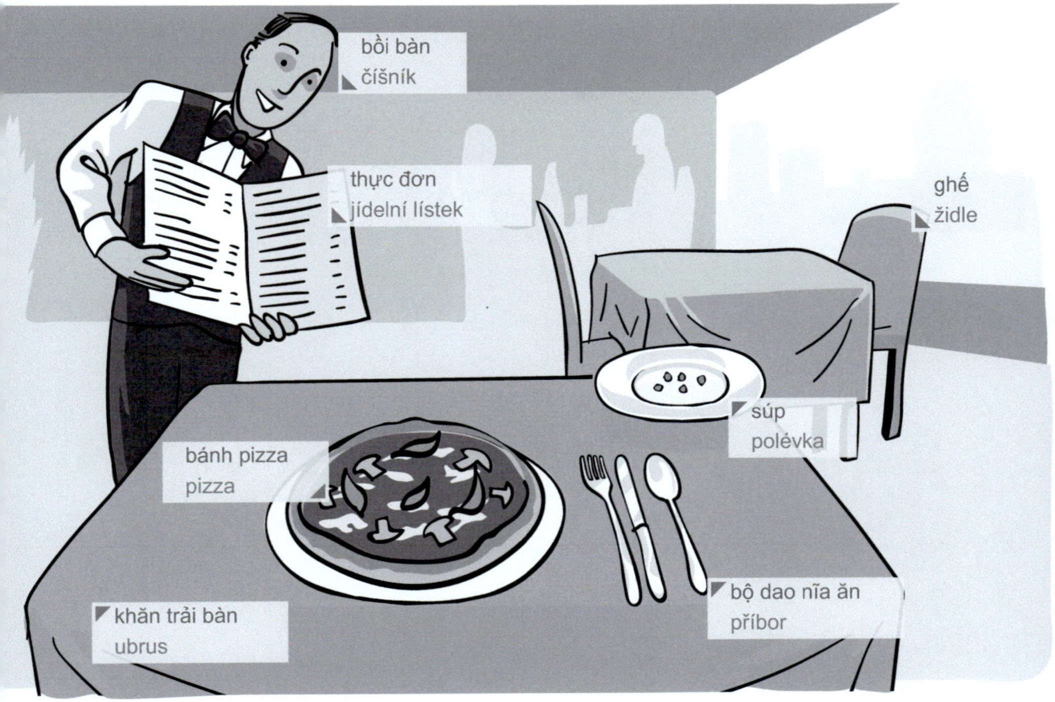

bồi bàn
číšník
thực đơn
jídelní lístek
ghế
židle
súp
polévka
bánh pizza
pizza
bộ dao nĩa ăn
příbor
khăn trải bàn
ubrus

món ăn khai vị

předkrm

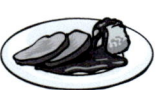

món ăn chính

hlavní chod

món tráng miệng

dezert

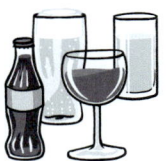

thức uống

nápoje

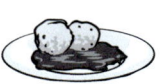

thức ăn

jídlo

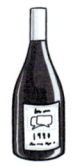

cái chai

láhev

thức ăn nhanh

rychlé občerstvení

thức ăn đường phố

pouliční občerstvení

ấm trà

čajová konvice

hộp đường

cukřenka

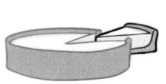

khẩu phần

porce

máy pha espresso

kávovar na espresso

ghế cao

dětská stolička

hóa đơn

faktura

khay

tác

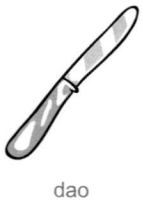

dao

nůž

nĩa

vidlička

thìa

lžíce

thìa uống trà

čajová lžička

khăn ăn

ubrousek

cốc thủy tinh

sklenička

đĩa
······
talíř

đĩa súp
······
talíř na polévku

đĩa lót cốc
······
podšálek

nước sốt
······
omáčka

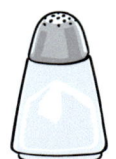

lọ muối
······
slánka

cái xay tiêu
······
mlýnek na pepř

giấm
······
ocet

dầu
······
olej

gia vị
······
koření

nước xốt cà chua
······
kečup

tương hạt cải
······
hořčice

nước sốt mayonnaise
······
majonéza

siêu thị
supermarket

chào giá đặc biệt
nabídka
FOR
khách hàng
zákazník
sản phẩm từ sữa
mléčné výrobky
trái cây
ovoce
xe đẩy mua sắm
nákupní vozík

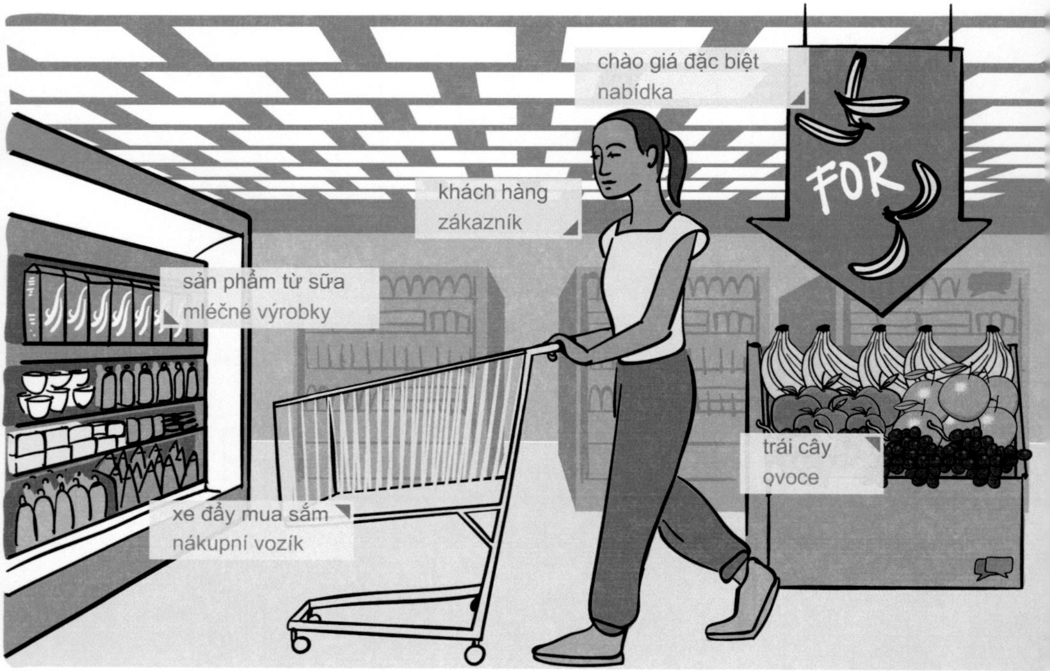

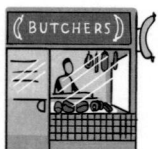

BUTCHERS

lò mổ

masna

BAKERY

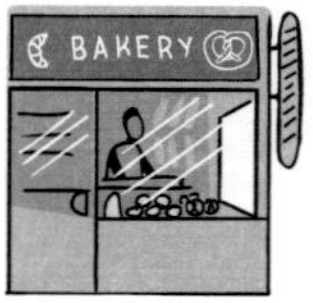

cửa hiệu bán bánh mì

pekařství

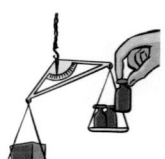

cân nặng

vážit

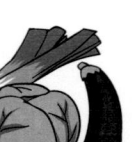

rau quả

zelenina

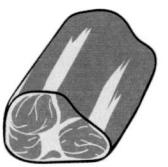

thịt

maso

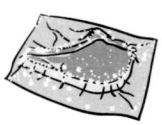

thức ăn đông lạnh

mražené potraviny

lát thịt nguội

obložený talíř

đồ hộp

konzervy

bột giặt

prací prášek

đồ ngọt

cukrovinky

sản phẩm dùng trong gia đình

výrobky pro domácnost

chất tẩy rửa

čisticí prostředek

người bán hàng

prodavačka

quầy trả tiền

pokladna

nhân viên thu ngân

pokladní

danh sách mua sắm

nákupní seznam

giờ mở cửa

otevírací doba

ví tiền

peněženka

thẻ tín dụng

kreditní karta

túi đeo

taška

túi ny lông

igelitová taška

nước
voda

nước quả ép
džus

sữa
mléko

coca-cola
kola

rượu vang
víno

bia
pivo

cồn
alkohol

cacao
kakao

trà
čaj

cà phê
káva

espresso
espresso

cappuccino
kapučíno

chuối

banán

quả táo

jablko

quả cam

pomeranč

dưa hấu

meloun

chanh

citrón

cà rốt

mrkev

tỏi

česnek

tre

bambus

củ hành

cibule

nấm

houba

hạt dẻ

ořechy

mì

těstoviny

mì spaghetti

špageti

cơm

rýže

xà lách

salát

khoai tây chiên

hranolky

khoai tây chiên

americké brambory

bánh pizza

pizza

bánh hamburger

hamburger

bánh mì sandwich

sendvič

thịt côtlet

řízek

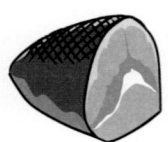

thịt giăm bông

šunka

xúc xích

salám

dồi

salám

gà

kuře

rán

pečeně

cá

ryby

cháo yến mạch

ovesné vločky

cháo muesli

müsli

bánh bột ngô nướng

vločky

bột mì

mouka

bánh sừng bò

croissant

bánh mì

houska

bánh mì

chléb

bánh mì nướng

toast

bánh bích quy

sušenky

bơ

máslo

sữa đông

tvaroh

bánh ngọt

buchta

trứng

vejce

trứng rán

volské oko

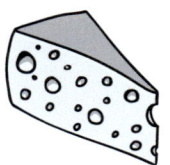

pho mát

sýr

kem
zmrzlina

đường
cukr

mật ong
med

mứt
marmeláda

kem nougat
nugátový krém

cà ri
kari

nông trại
usedlost

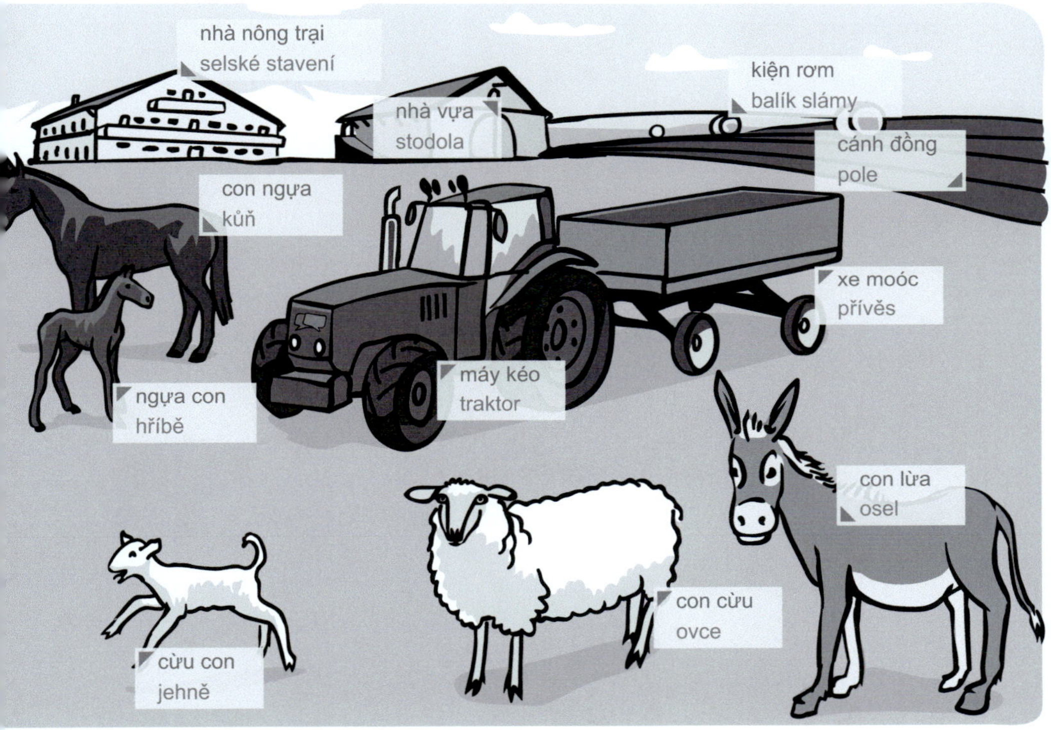

nhà nông trại
selské stavení
kiện rơm
balík slámy
nhà vựa
stodola
cánh đồng
pole
con ngựa
kůň
xe moóc
přívěs
máy kéo
traktor
ngựa con
hříbě
con lừa
osel
con cừu
ovce
cừu con
jehně

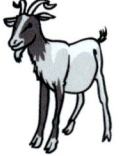

con dê
koza

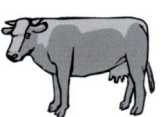

con bò
kráva

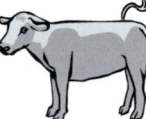

con bê
tele

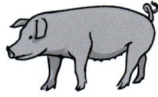

con lợn
prase

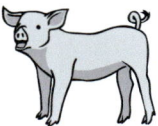

lợn con
sele

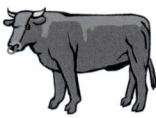

bò đực
býk

con ngỗng

husa

con vịt

kachna

gà con

kuře

gà mái

slepice

gà trống

kohout

con chuột

krysa

mèo

kočka

chuột nhắt

myš

bò đực

vůl

con chó

pes

nhà chuồng chó

psí bouda

ống tưới vườn cây

zahradní hadice

thùng tưới cây

kropicí konev

lưỡi hái

kosa

cái cày

pluh

cái liềm

srp

cái cuốc

motyka

cái chĩa

vidle

cái rìu

sekera

xe cút kít

kolecko

máng ăn

koryto

lọ sữa

konev na mléko

bao tải

pytel

hàng rào

plot

chuồng

stáj

nhà kính trồng cây

skleník

đất trồng

půda

hạt giống

osivo

phân bón

hnojivo

máy gặt đập liên hợp

kombajn

thu hoạch

sklidit

mùa thu hoạch

sklizeň

khoai lang

smldinec

lúa mì

pšenice

đậu nành

sója

khoai tây

brambora

ngô

kukuřice

hạt cải dầu

řepka

cây ăn trái

ovocný strom

sắn

maniok

ngũ cốc

obilí

nhà

dům

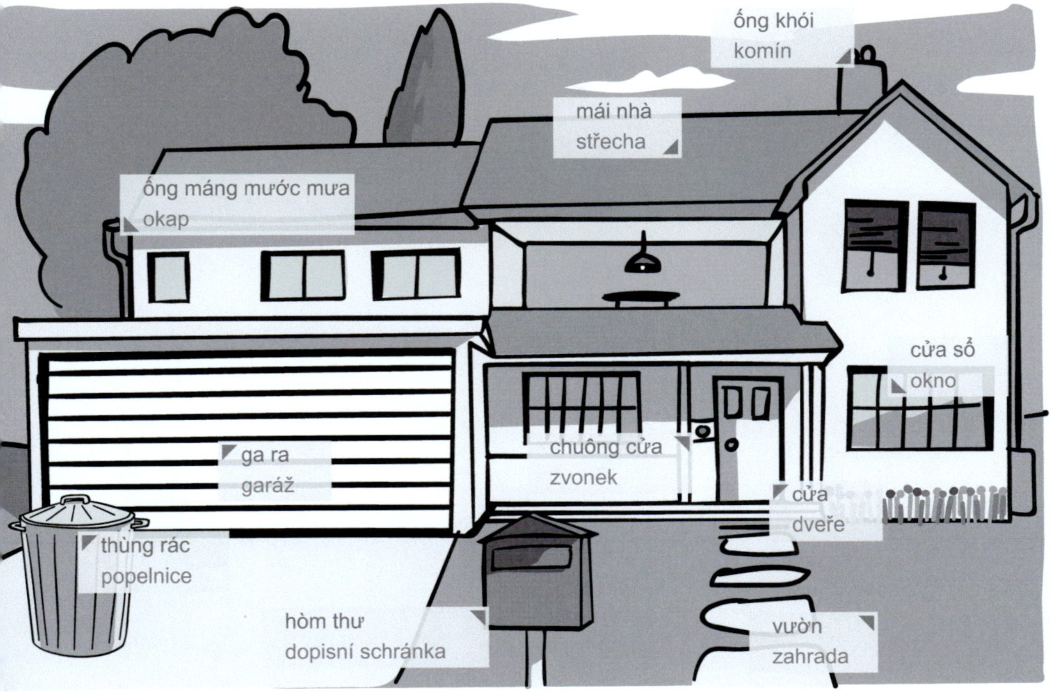
ống khói
komín
mái nhà
střecha
ống máng mước mưa
okap
cửa sổ
okno
chuông cửa
zvonek
ga ra
garáž
cửa
dveře
thùng rác
popelnice
hòm thư
dopisní schránka
vườn
zahrada

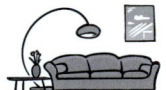

phòng khách
obývací pokoj

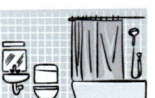

phòng tắm
koupelna

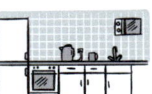

bếp
kuchyně

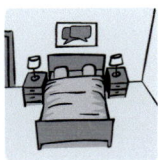

phòng ngủ
ložnice

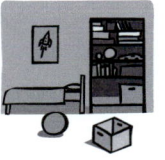

phòng trẻ em
dětský pokoj

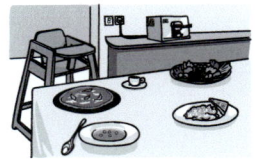

phòng ăn
jídelna

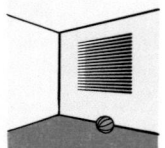

nền nhà

podlaha

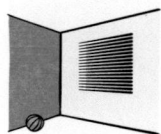

tường

zeď

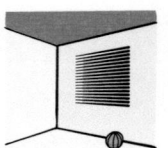

trần nhà

deka

tầng hầm

sklep

tắm hơi

sauna

ban công

balkón

sân hiên

terasa

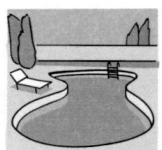

bể bơi

bazén

máy cắt cỏ

sekačka na trávu

khăn trải giường

ložní prádlo

khăn trải giường

lůžková přikrývka

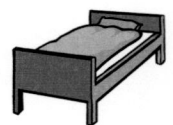

giường

postel

chổi

smeták

cái xô

kýbl

công tắc điện

vypínač

phòng khách
obývací pokoj

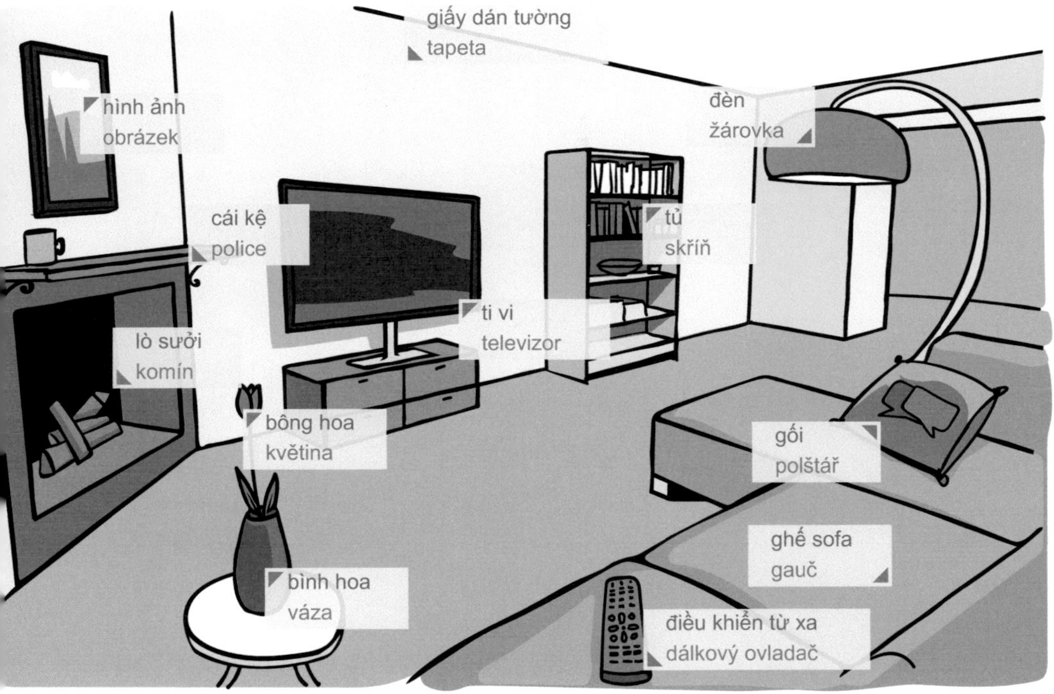
giấy dán tường
tapeta
hình ảnh
obrázek
đèn
žárovka
cái kệ
police
tủ
skříň
ti vi
televizor
lò sưởi
komín
bông hoa
květina
gối
polštář
ghế sofa
gauč
bình hoa
váza
điều khiển từ xa
dálkový ovladač

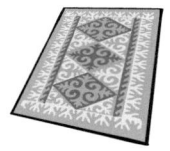

thảm

koberec

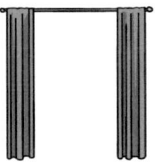

rèm

závěs

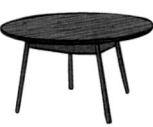

cái bàn

stůl

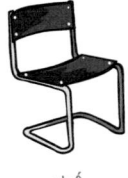

ghế

židle

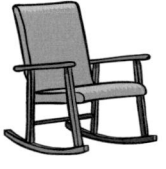

ghế bập bênh

houpací křeslo

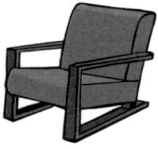

ghế bành

křeslo

sách

kniha

cái chăn

strop

đồ trang trí

ozdoba

củi

palivové dříví

phim

film

máy hi-fi

stereo souprava

chìa khóa

klíč

báo

noviny

bức tranh

malba

áp phích

plakát

radio

rádio

sổ ghi chép

poznámkový blok

máy hút bụi

vysavač

cây xương rồng

kaktus

cây nến

svíce

bếp
kuchyně

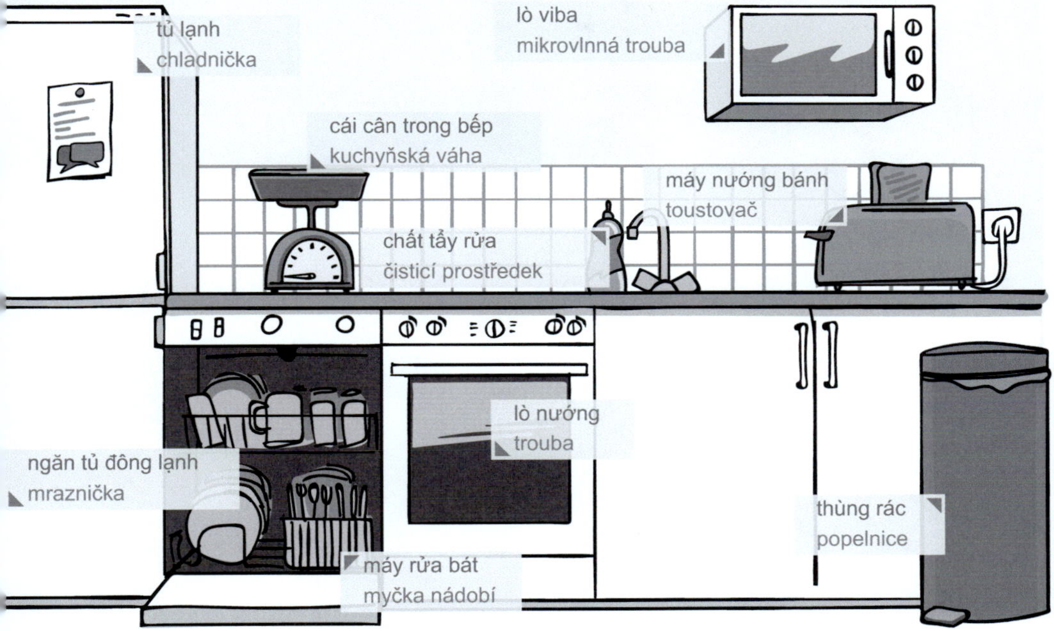
tủ lạnh
chladnička
lò viba
mikrovlnná trouba
cái cân trong bếp
kuchyňská váha
máy nướng bánh
toustovač
chất tẩy rửa
čisticí prostředek
lò nướng
trouba
ngăn tủ đông lạnh
mraznička
thùng rác
popelnice
máy rửa bát
myčka nádobí

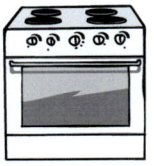

lò nấu
sporák

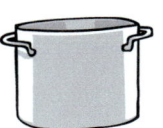

nồi
hrnec

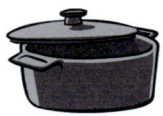

nồi sắt
litinový hrnec

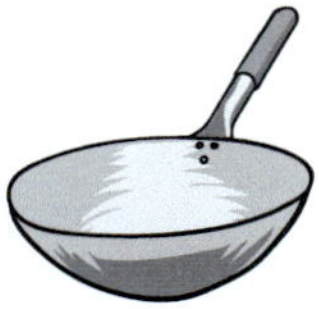

chảo
wok / kadai

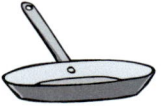

chảo
pánev

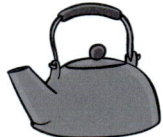

ấm đun nước
varná konvice

nồi đun hơi

parní hrnec

khay lò nướng

plech na pečení

bát đĩa

nádobí

cốc

hrnek

cái bát

miska

đũa

jídelní hůlky

cái vá

naběračka

bàn xèng

obracečka

que đánh kem

metla

rây dùng trong bếp

síto

cái rây lọc

cedník

cái nạo

struhadlo

vữa

hmoždíř

vỉ nướng

gril

ngọn lửa trần

ohniště

cái thớt

prkénko na krájení

trục cán bột

váleček na těsto

cái mở nút chai

vývrtka

vỏ đồ hộp

dóza

cái mở vỏ đồ hộp

otvírák na konzervy

miếng nhắc nồi

chňapka

bồn rửa bát

umyvadlo

bàn chải

kartáč na nádobí

miếng xốp

houba

máy xay

mixér

tủ đông lạnh

mrazák

bình sữa cho trẻ sơ sinh

dětská lahev

vòi nước

kohoutek

phòng tắm
koupelna

lò sưởi
topení
khăn lau
ručník
vòi hoa sen
sprcha
rèm che ngăn tắm
sprchový závěs
tắm bọt
pěnová koupel
bồn tắm
vana
cốc thủy tinh
sklenička
máy giặt
pračka
vòi nước
kohoutek
gạch lát
obkladačky
cái bô
nočník
bồn rửa bát
umyvadlo

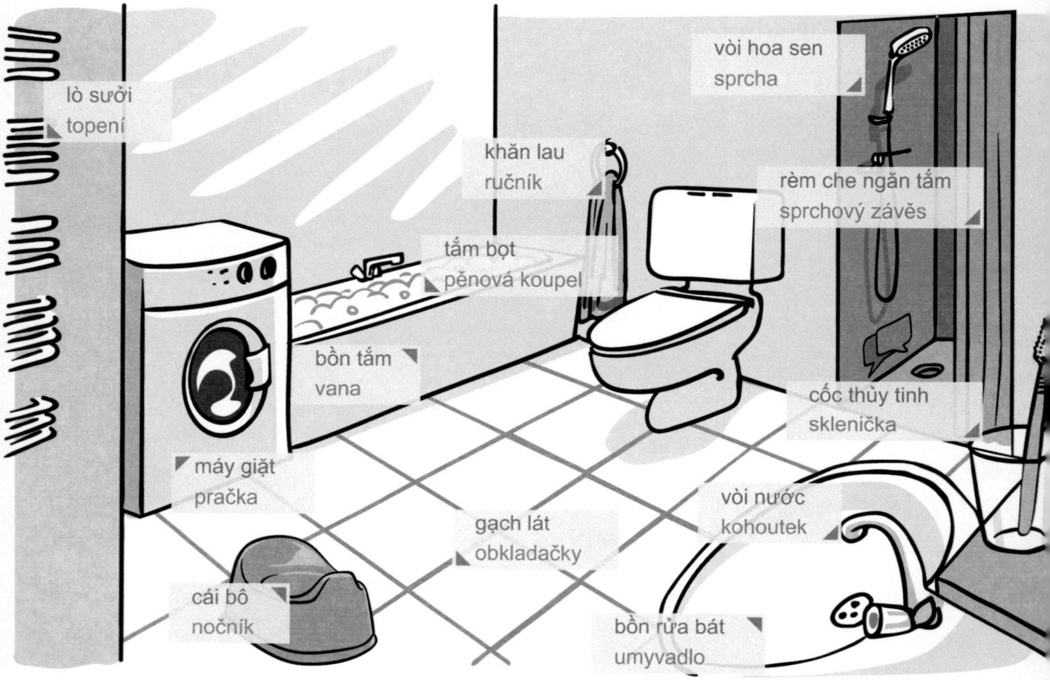

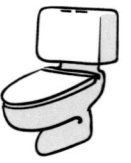

bồn cầu

záchod

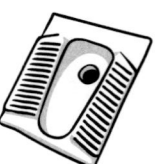

bồn cầu ngồi xổm

turecký záchod

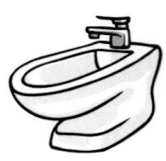

bồn rửa hậu môn

bidet

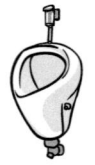

bồn tiểu tiện

pisoár

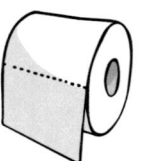

giấy vệ sinh

toaletní papír

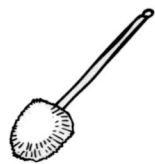

bàn chải cọ bồn cầu

záchodová štětka

bàn chải đánh răng

zubní kartáček

kem đánh răng

zubní pasta

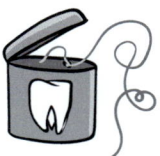

chỉ nha khoa

zubní niť

rửa

mýt

vòi sen cầm tay

ruční sprcha

vòi rửa hậu môn

intimní sprcha

bồn rửa

umyvadlo

bàn chải cọ lưng

kartáč na záda

xà phòng

mýdlo

sữa tắm

sprchový gel

dầu gội

šampón

khăn cọ để tắm

žínka

lỗ thoát nước

odpad

kem

krém

chất khử mùi

deodorant

gương

zrcadlo

gương tay

kosmetické zrcátko

dao cạo râu

holicí strojek

kem cạo râu

pěna na holení

nước thơm dùng sau khi cạo râu

voda po holení

cái lược

hřeben

bàn chải

kartáč

máy xấy tóc

fén

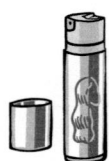

keo xịt tóc

lak na vlasy

đồ trang điểm

makeup

thỏi son môi

rtěnka

sơn bôi móng

lak na nehty

bông

vata

kéo cắt móng

nůžky na nehty

nước hoa

parfém

túi đựng đồ tắm

ška s toaletními potřebami

ghế đẩu

stolička

cái cân

váha

áo choàng tắm

župan

găng tay làm vệ sinh

gumové rukavice

nút gạc

tampón

băng vệ sinh

dámská vložka

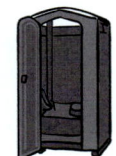

nhà vệ sinh hóa chất

chemická toaleta

phòng trẻ em

dětský pokoj

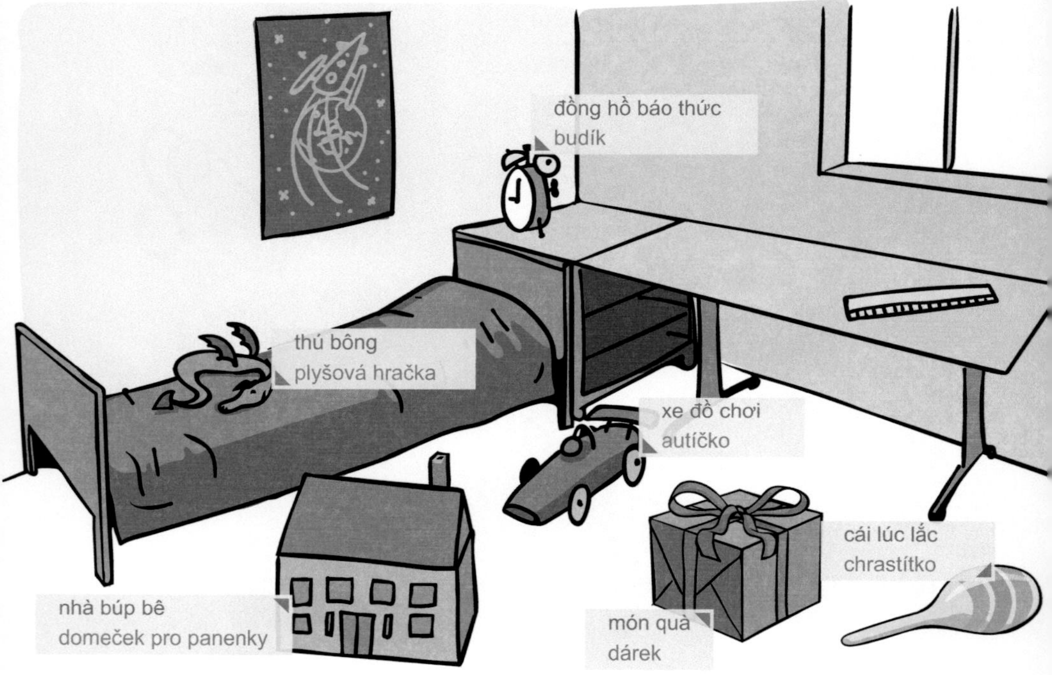
đồng hồ báo thức
budík
thú bông
plyšová hračka
xe đồ chơi
autíčko
cái lúc lắc
chrastítko
nhà búp bê
domeček pro panenky
món quà
dárek

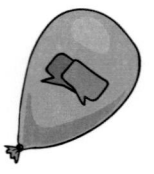

bong bóng

balón

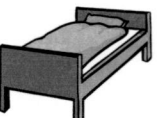

giường

postel

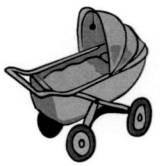

xe nôi

kočárek

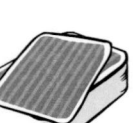

trò chơi bài

balíček karet

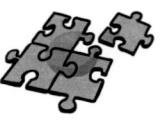

trò chơi ghép hình

puzzle

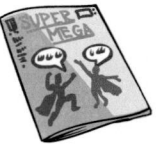

truyện tranh

komiks

gạch Lego

lego kostky

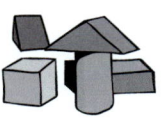

khối xếp hình

stavebnice

nhân vật hành động

akční figurka

o liền quần cho trẻ sơ sinh

dupačky

đĩa nhựa để ném

frisbee

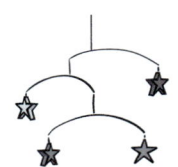

đồ chơi treo trên giường

závěsné hračky nad
postýlku

trò chơi cờ bàn

desková hra

xúc xắc

kostky

đồ chơi xe lửa mô hình

modelová železnice

ti giả

dudlík

buổi tiệc

oslava

sách tranh

obrázková kniha

quả bóng

míč

búp bê

panenka

chơi

hrát si

hố cát

pískoviště

cái đu

houpačka

đồ chơi

hračky

máy chơi game cầm tay

hrací konzole

xe ba bánh

tříkolka

gấu bông

medvídek

tủ quần áo

šatník

y phục
oblečení

bít tất

ponožky

bít tất dài

punčochy

quần tất

punčochové kalhoty

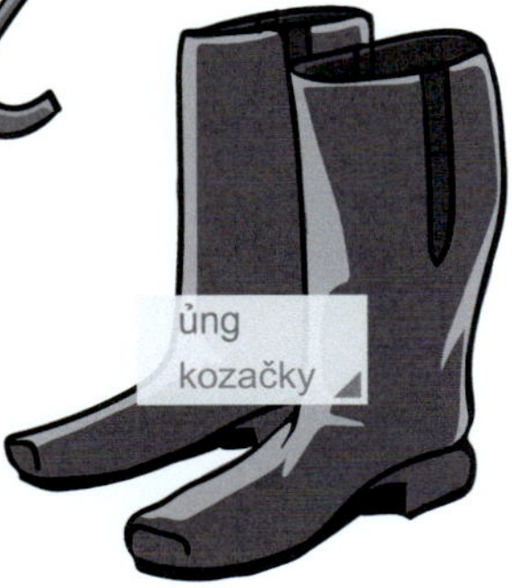

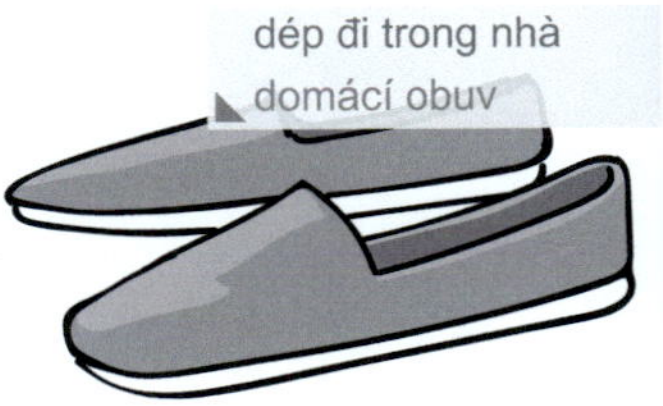

khăn choàng cổ
šála

ô che mưa
deštník

áp phông
tričko

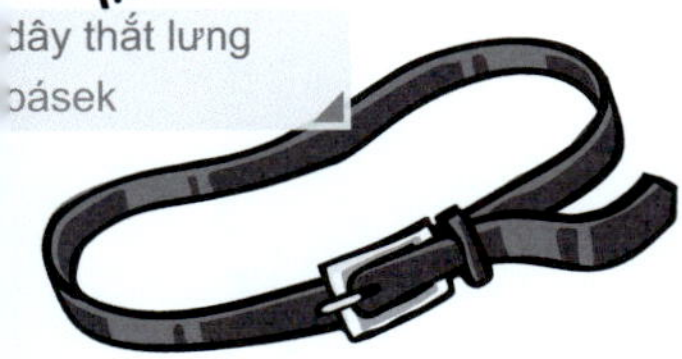

dây thắt lưng
pásek

ủng
kozačky

dép đi trong nhà
domácí obuv

giày sneaker
tenisky

dép xăng đan

sandály

giày

obuv

ủng cao su

holínky

quần lót

spodní prádlo

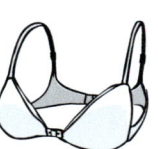

áo ngực

podprsenka

áo vest

nátělník

y phục - oblečení

áo ôm sát cơ thể

body

quần dài

kalhoty

quần bò

džíny

váy

sukně

áo cánh

blůza

áo sơ mi

košile

áo len chui đầu

svetr

áo len

mikina

áo blazer

blejzr

áo jacket

bunda

áo khoác

kabát

áo mưa

pláštěnka

trang phục

kostým

áo váy

šaty

áo cưới

svatební šaty

bộ com lê

oblek

áo ngủ

noční košile

pijama

pyžamo

trang phục sari

sárí

khăn trùm đầu

šátek na hlavu

khăn đội đầu

turban

áo burka

burka

áo captan

kaftan

áo aba

abája

quần áo bơi

plavky

quần bơi

pánské plavky

quần đùi

kraťasy

quần áo tracksuit

tepláková souprava

tạp dề

zástěra

găng tay

rukavice

cái cúc

knoflík

kính mắt

brýle

vòng đeo tay

náramek

vòng cổ

náhrdelník

nhẫn

prsten

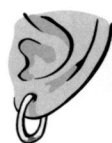

hoa tai

náušnice

mũ lưỡi trai

čepice

cái mắc treo áo quần

ramínko

mũ

klobouk

cà vạt

kravata

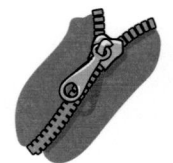

dây kéo phéc mơ tuya

zip

mũ bảo hiểm

helma

dây đeo quần

kšandy

đồng phục học sinh

školní uniforma

đồng phục

uniforma

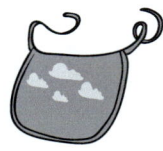

yếm trẻ em

bryndák

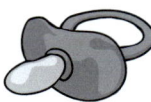

ti giả

dudlík

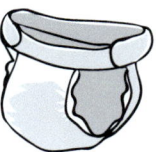

tã lót

plena

văn phòng
kancelář

máy chủ
server
tủ hồ sơ
kartotéka
máy in
tiskárna
giấy
papír
màn hình
monitor
bàn làm việc
psací stůl
chuột máy tính
myš
thư mục
šanon
bàn phím
klávesnice
thùng rác giấy
odpadkový koš na papír
máy tính
počítač
ghế
židle

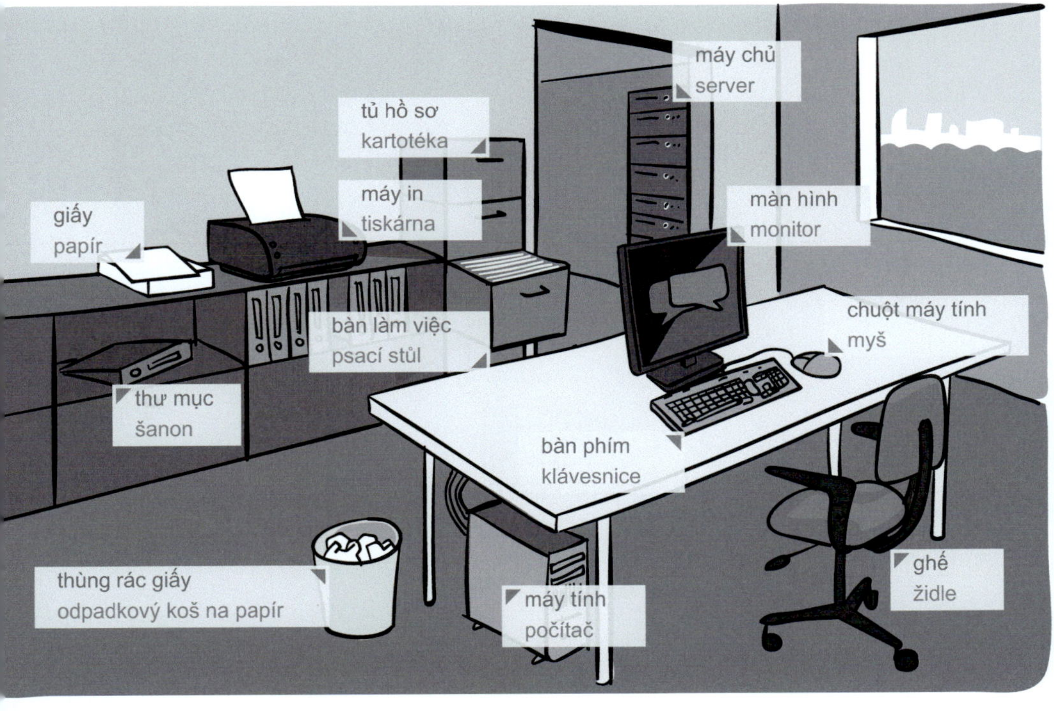

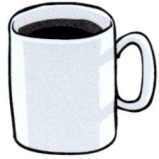

cốc cà phê

hrnek na kávu

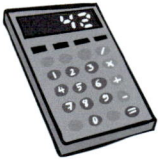

máy tính bỏ túi

kalkulačka

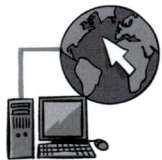

internet

internet

laptop

notebook

thư

dopis

tin nhắn

zpráva

điện thoại di động

mobil

mạng

síť

máy photocopy

kopírka

phần mềm

software

điện thoại

telefon

ổ cắm điện

zásuvka

máy fax

fax

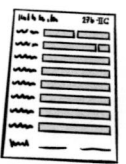

mẫu đơn

formulář

chứng từ

dokument

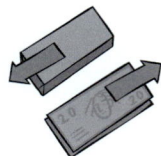

mua
....
nakupovat

trả tiền
....
zaplatit

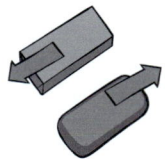

buôn bán
....
jednat

tiền
....
peníze

 **USD**

đô la
....
dolar

 **EUR**

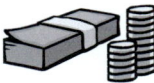

Euro
....
euro

 **JPY**

yên
....
jen

 **RUB**

rúp
....
rubl

 **CHF**

franc Thụy Sĩ
....
frank

 **CNY**

nhân dân tệ
....
juan

 **INR**

rupi
....
rupie

máy rút tiền tự động
....
bankomat

quầy đổi tiền

směnárna

vàng

zlato

bạc

stříbro

dầu

olej

năng lượng

energie

giá tiền

cena

hợp đồng

smlouva

thuế

daň

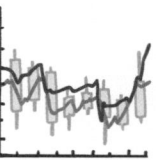

cổ phiếu

akcie

làm việc

pracovat

nhân viên

zaměstnanec

chủ lao động

zaměstnavatel

nhà máy

továrna

cửa hiệu

obchod

nghề nghiệp
povolání

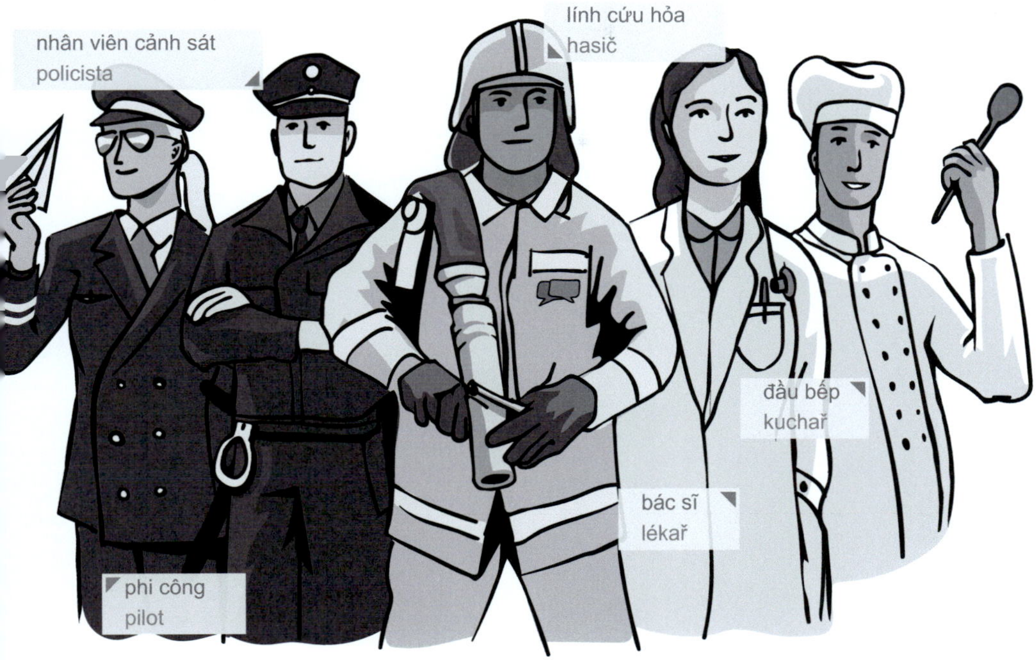

nhân viên cảnh sát
policista
lính cứu hỏa
hasič
đầu bếp
kuchař
bác sĩ
lékař
phi công
pilot

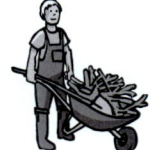

người làm vườn

zahradník

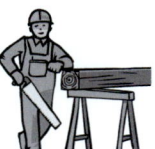

thợ mộc

truhlář

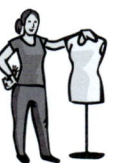

thợ may

švadlena

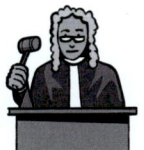

chánh án

soudce

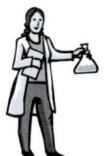

nhà hóa học

chemik

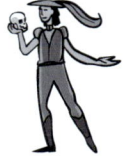

diễn viên

herec

tài xế xe buýt

řidič autobusu

người lái taxi

řidič taxi

ngư dân

rybář

người lau dọn vệ sinh

uklízečka

thợ lợp mái nhà

pokrývač

bồi bàn

číšník

thợ săn

myslivec

họa sĩ

malíř

thợ làm bánh

pekař

thợ điện

elektrikář

thợ xây dựng

stavební dělník

kỹ sư

inženýr

người hàng thịt

řezník

thợ sửa ống nước

klempíř

người đưa thư

listonoš

người lính

voják

kiến trúc sư

architekt

nhân viên thu ngân

pokladní

người bán hoa

florista

thợ cắt tóc

kadeřník

nhân viên soát vé

průvodčí

thợ cơ khí

mechanik

thuyền trưởng

kapitán

nha sĩ

zubař

nhà khoa học

vědec

giáo sĩ Do thái

rabín

lãnh tụ Hồi giáo

imám

nhà sư

mnich

mục sư

duchovní

dụng cụ
nářadí

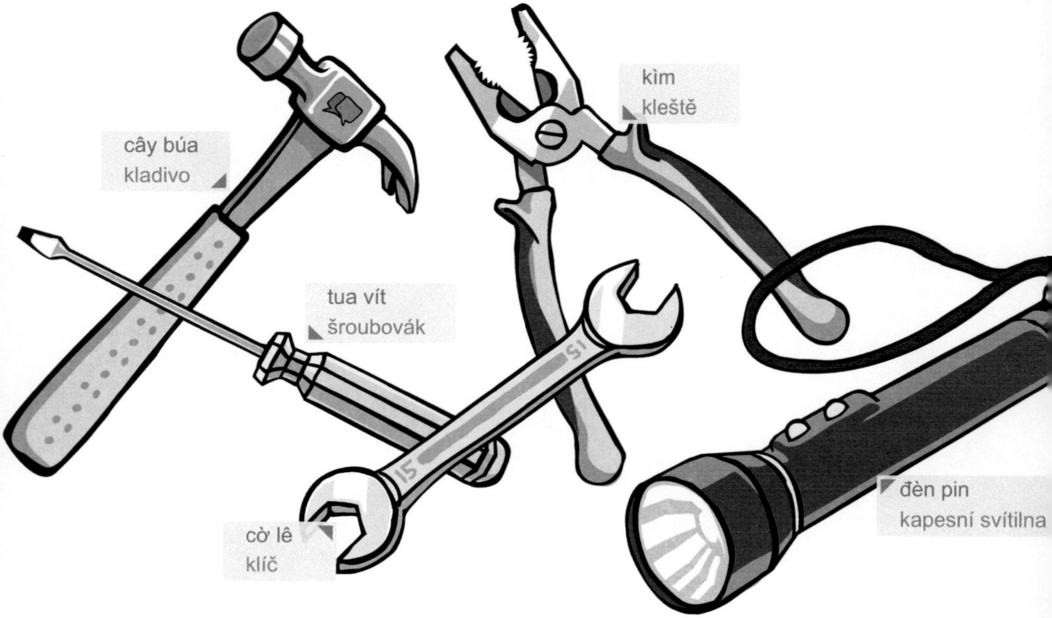
cây búa
kladivo
kìm
kleště
tua vít
šroubovák
cờ lê
klíč
đèn pin
kapesní svítilna

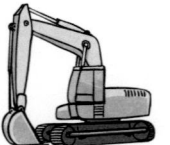

máy xúc đất

bagr

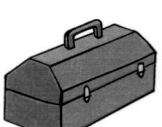

hộp dụng cụ

skříň na nářadí

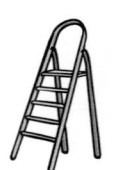

cái thang

žebřík

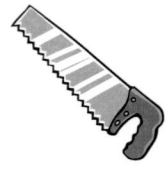

cưa

pila

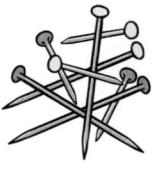

đinh

hřebíky

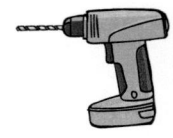

máy khoan

vrtačka

sửa chữa

opravit

cái xẻng

lopata

khốn nạn!

Kurva!

cái hót rác

lopatka

thùng sơn

vědroé na barvu

vít

šrouby

nhạc cụ
hudební nástroje

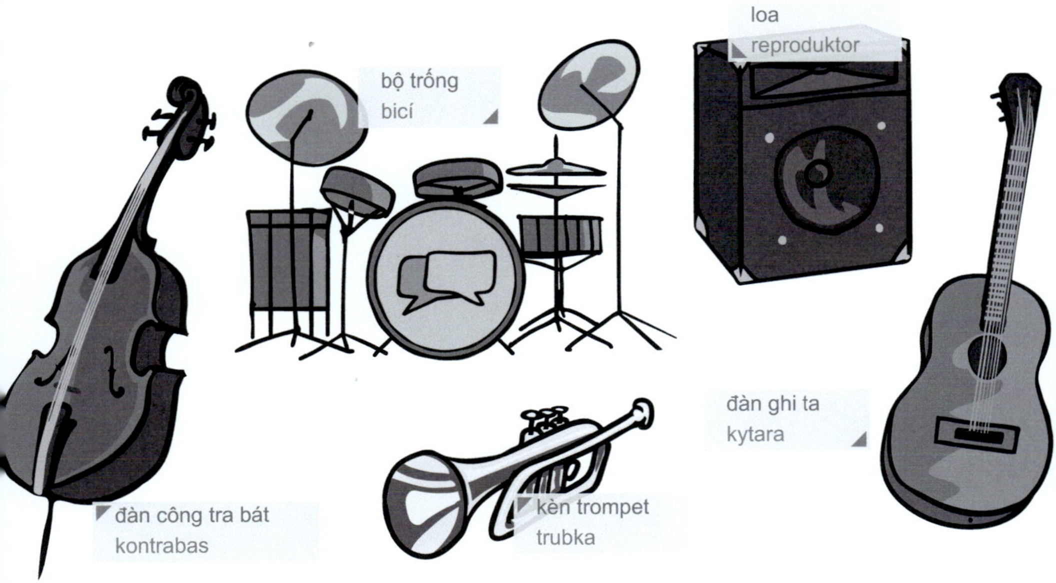

loa
reproduktor

bộ trống
bicí

đàn ghi ta
kytara

đàn công tra bát
kontrabas

kèn trompet
trubka

đàn piano

klavír

đàn vĩ cầm

housle

ghi ta bass

basa

trống định âm

tympán

trống

bubny

đàn organ

keyboard

kèn Saxophone

saxofon

sáo

flétna

micro

mikrofon

vườn bách thú

zoo

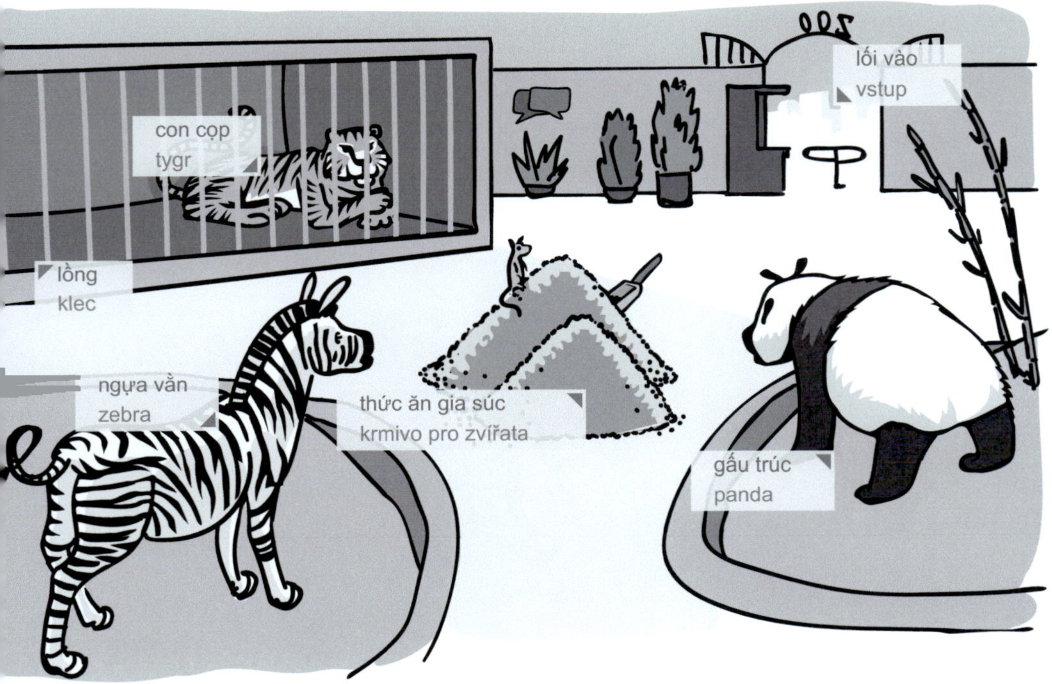

zoo
lối vào
vstup
con cọp
tygr
lồng
klec
ngựa vằn
zebra
thức ăn gia súc
krmivo pro zvířata
gấu trúc
panda

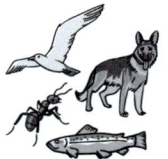

động vật

zvířata

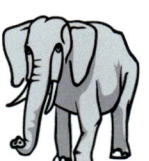

con voi

slon

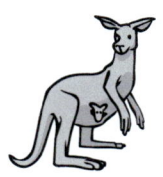

chuột túi

klokan

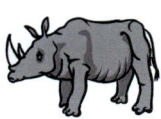

tê giác

nosorožec

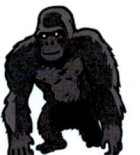

khỉ đột

gorila

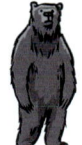

con gấu

medvěd

lạc đà

velbloud

đà điểu

pštros

sư tử

lev

con khỉ

opice

hồng hạc

plameňák

con vẹt

papoušek

gấu bắc cực

lední medvěd

chim cánh cụt

tučňák

cá mập

žralok

con công

páv

con rắn

had

cá sấu

krokodýl

người trông giữ vườn bách thú

ošetřovatel zvířat

hải cẩu

tuleň

báo đốm

jaguár

ngựa lùn

poník

con báo

leopard

hà mã

hroch

hươu cao cổ

žirafa

đại bàng

orel

heo rừng

divoké prase

cá

ryby

con rùa

želva

hải mã

mrož

con cáo

liška

linh dương

gazela

bóng bầu dục Mỹ
americký fotbal

đua xe đạp
cyklistika

quần vợt
tenis

bóng rổ
košíková

bơi
plavání

đấm bốc
box

khúc côn cầu trên băng
lední hokej

bóng đá
kopaná

cầu lông
badminton

điền kinh
lehká atletika

bóng ném
házená

trượt tuyết
běh na lyžích

polo
vodní pólo

các hoạt động

aktivity

cười
smát se
nhảy
skočit
ôm
objímat
đi bộ
jít
ca hát
zpívat
mơ
snít
cầu nguyện
modlit se
hôn
políbit

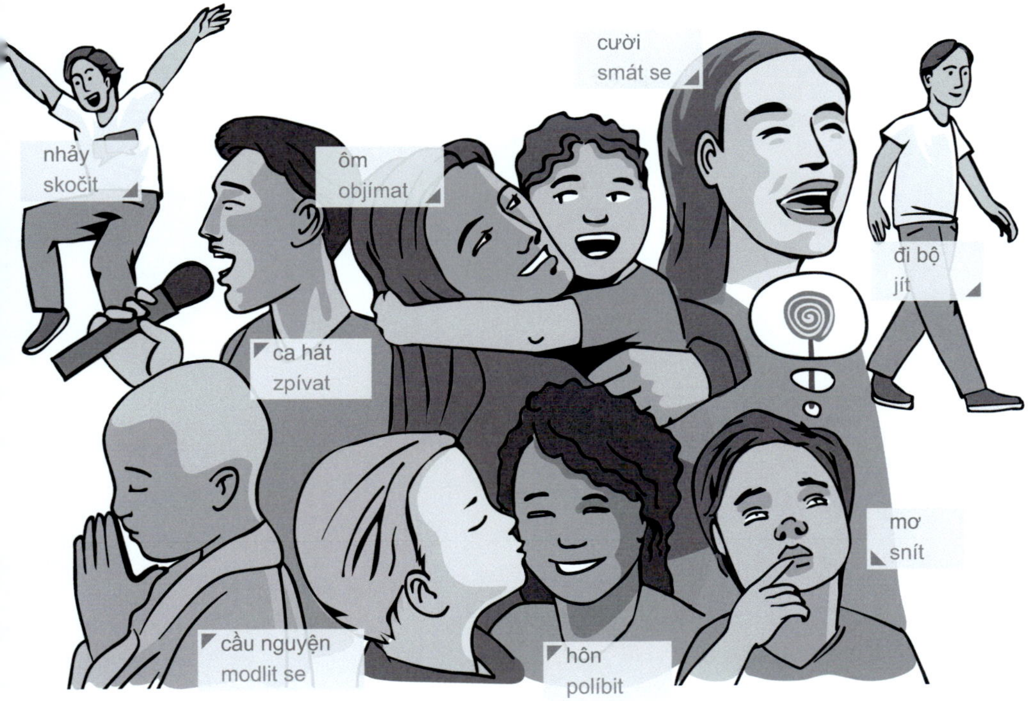

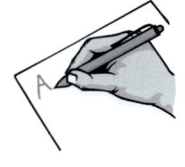

viết

psát

vẽ

kreslit

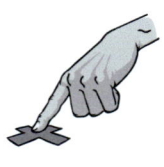

chỉ trỏ

ukazovat

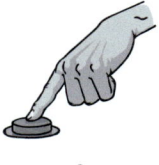

đẩy

tlačit

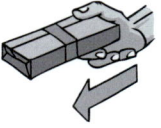

cho

dát

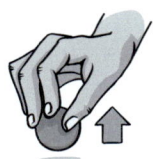

lấy đi

vzít si

có

mít

làm

dělat

thì / là

být

đứng

stát

chạy

běhat

kéo

táhnout

ném

hodit

rơi

padat

nằm

ležet

chờ đợi

čekat

mang vác

nosit

ngồi

sedět

mặc quần áo

oblékat

ngủ

spát

thức dậy

vzbudit se

xem

prohlédnout si

khóc

plakat

vuốt ve

pohladit

chải

česat

nói chuyện

hovořit

hiểu

rozumět

câu hỏi

ptát se

nghe

slyšet

uống

pít

ăn

jíst

dọn dẹp

uklidit

yêu

milovat

nấu nướng

vařit

lái xe

jet

bay

letět

đi thuyền buồm

plachtit

tính toán

počítat

đọc

číst

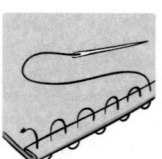

học

učit se

làm việc

pracovat

cưới

vzít si

khâu vá

šít

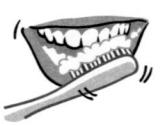

đánh răng

čistit si zuby

giết

zabít

hút thuốc

kouřit

gửi đi

poslat

gia đình
rodina

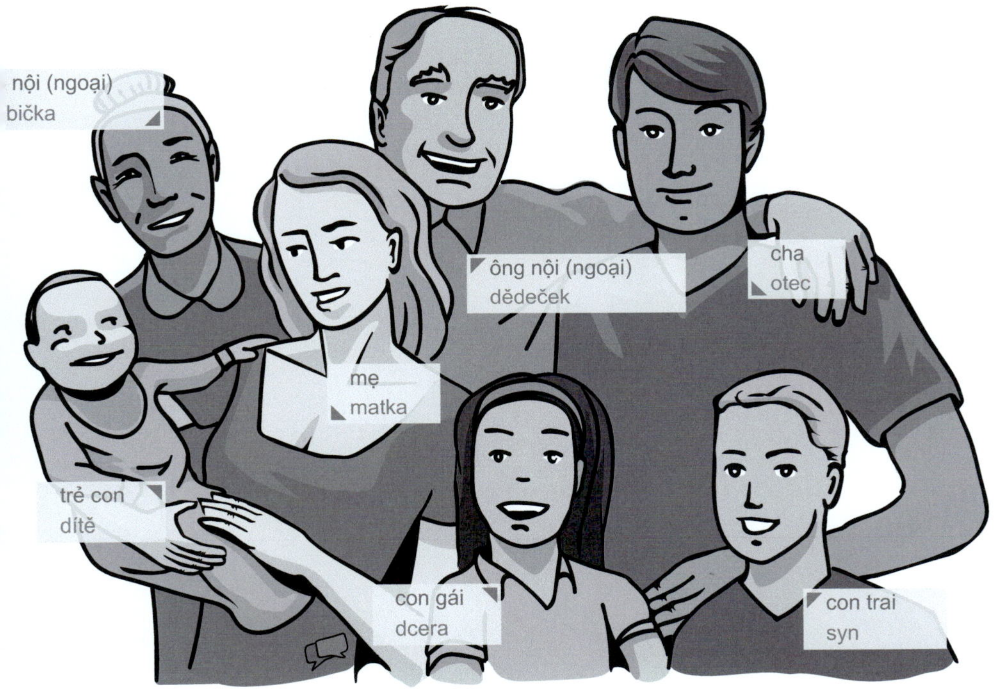
nội (ngoại)
bička
ông nội (ngoại)
dědeček
cha
otec
mẹ
matka
trẻ con
dítě
con gái
dcera
con trai
syn

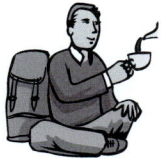

khách

host

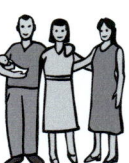

cô (dì)

teta

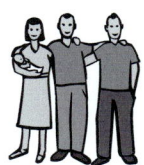

chú, bác (cậu)

strýc

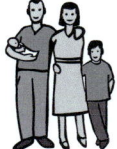

anh (em) trai

bratr

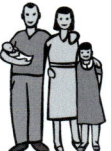

chị (em) gái

sestra

cơ thể

tělo

trán
čelo
mắt
oko
vai
rameno
ngón tay
prst
mặt
obličej
cằm
brada
bàn tay
ruka
chân
dolní končetina
ngực
hruď
cánh tay
paže

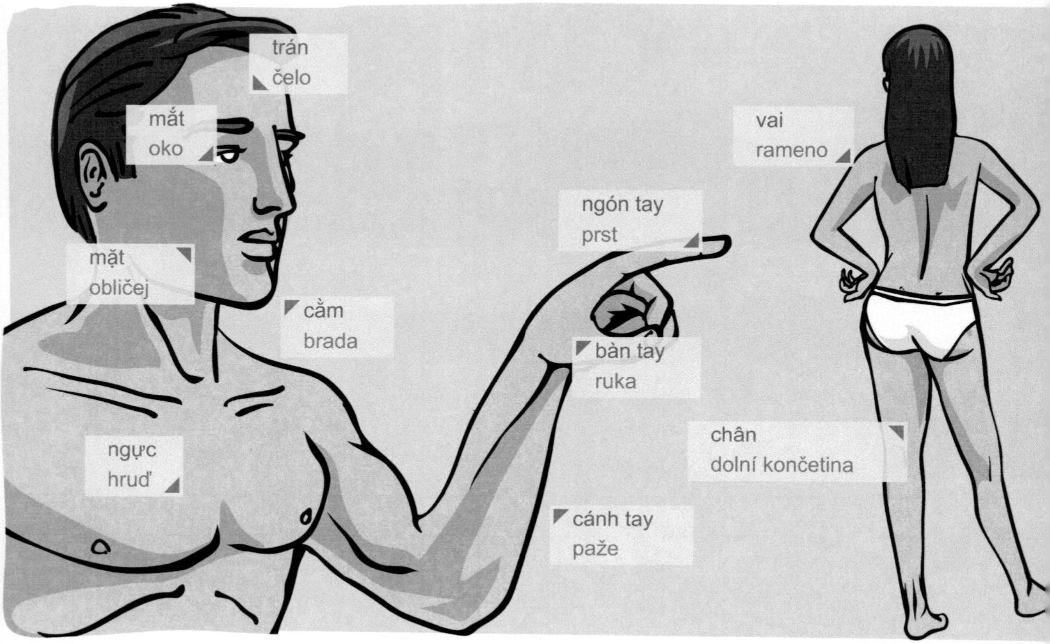

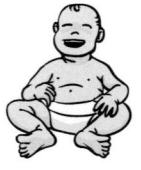

trẻ con

dítě

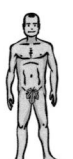

đàn ông

muž

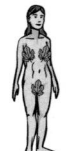

phụ nữ

žena

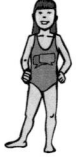

bé gái

dívka

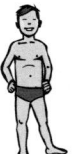

bé trai

chlapec

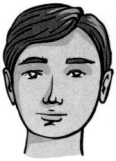

đầu

hlava

lưng

záda

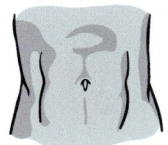

bụng

břicho

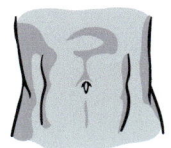

rốn

pupík

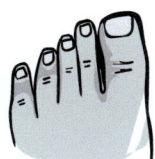

ngón chân

prst na noze

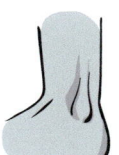

gót chân

pata

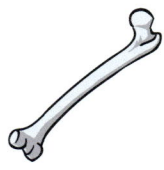

xương

kost

hông

bok

đầu gối

koleno

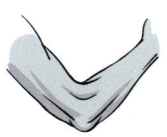

khuỷu tay

loket

mũi

nos

mông

zadek

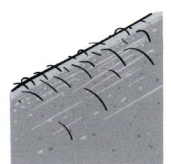

da

kůže

má

tvář

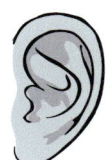

tai

ucho

môi

ret

cơ thể - tělo

miệng

ús015ta

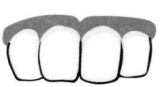

răng

zub

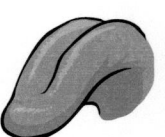

lưỡi

jazyk

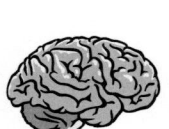

não

mozek

tim

srdce

cơ bắp

sval

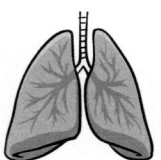

phổi

plíce

gan

játra

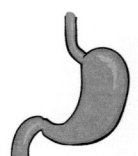

dạ dày

žaludek

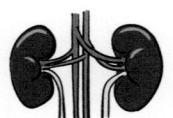

thận

ledviny

giao hợp

pohlavní styk

bao cao su

kondom

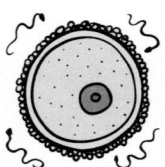

noãn

vajíčko

tinh dịch

sperma

mang thai

těhotenství

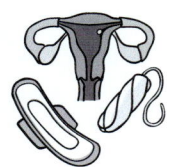

kinh nguyệt

menstruace

âm vật

vagina

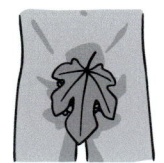

dương vật

penis

lông mày

obočí

tóc

vlasy

cổ

krk

bệnh viện
nemocnice

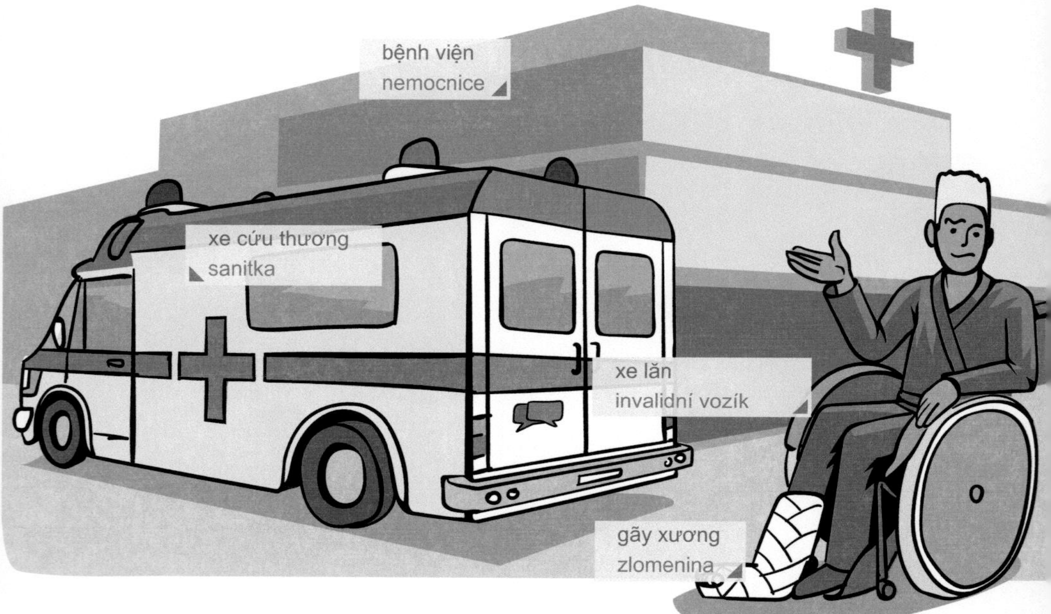

bệnh viện
nemocnice
xe cứu thương
sanitka
xe lăn
invalidní vozík
gãy xương
zlomenina

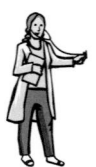

bác sĩ

lékař

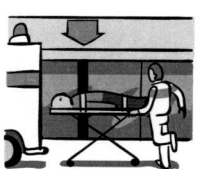

phòng cấp cứu

pohotovost

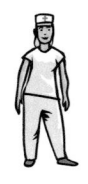

y tá

zdravotní sestra

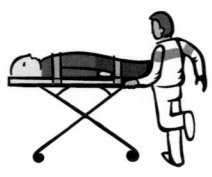

cấp cứu

urgentní případ

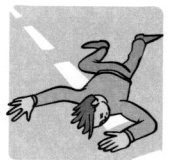

bất tỉnh

v bezvědomí

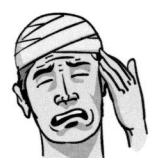

cơn đau

bolest

bị thương

úraz

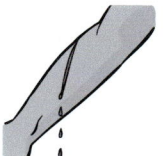

chảy máu

krvácení

nhồi máu cơ tim

infarkt myokardu

đột quỵ

cévní mozková příhoda

dị ứng

alergie

ho

kašel

sốt

horečka

cúm

chřipka

tiêu chảy

průjem

đau đầu

bolest hlavy

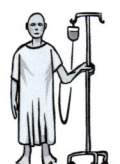

ung thư

rakovina

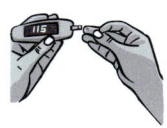

bệnh tiểu đường

cukrovka

bác sĩ phẫu thuật

chirurg

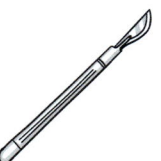

dao mổ

skalpel

giải phẫu

operace

bệnh viện - nemocnice

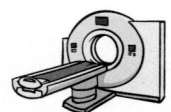

chụp cắt lớp

CT

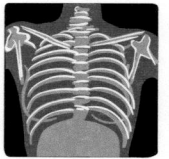

chụp x-quang

rentgen

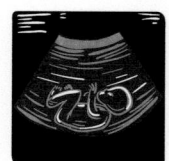

siêu âm

ultrazvuk

mặt nạ

maska

bệnh

nemoc

phòng đợi

čekárna

cái nạng

berle

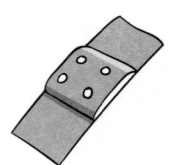

băng dán vết thương

náplast

băng bó

obvaz

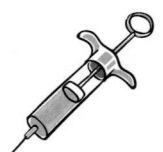

tiêm thuốc

injekce

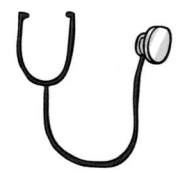

ống nghe khám bệnh

stetoskop

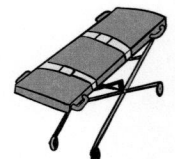

băng ca

nosítka

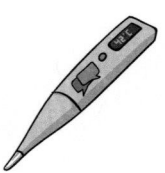

nhiệt kế

teploměr

sinh đẻ

porod

thừa cân

nadváha

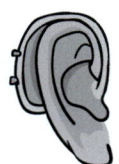

máy trợ thính

naslouchátko

chất khử trùng

dezinfekční prostředek

nhiễm trùng

infekce

vi rút

virus

HIV / AIDS

HIV / AIDS

thuốc

lékařství

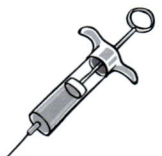

tiêm chủng

očkování

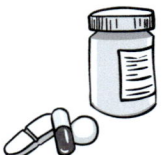

thuốc viên

tablety

viên thuốc

pilulka

gọi cấp cứu

tísňové volání

máy đo huyết áp

tonometr

bệnh / khỏe mạnh

nemocný / zdravý

cứu!

Pomoc!

báo động

poplach

cuộc đột kích

přepadení

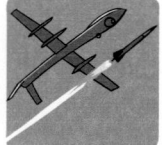

sự tấn công

napadení

mối nguy hiểm

nebezpečí

lối thoát hiểm

nouzový východ

cháy!

Hoří!

bình chữa cháy

hasicí přístroj

tai nạn

nehoda

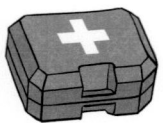

bộ dụng cụ sơ cứu

zdravotnická brašna

SOS

SOS

cảnh sát

policie

châu Âu

Evropa

Bắc Mỹ

Severní Amerika

Nam Mỹ

Jižní Amerika

châu Phi

Afrika

châu Á

Asie

châu Úc

Austrálie

Đại Tây Dương

Atlantik

Thái Bình Dương

Pacifik

Ấn Độ Dương

Indický oceán

Nam Cực Dương

Jižní ledový oceán

Bắc Băng Dương

Severní ledový oceán

bắc cực

severní pól

nam cực
jižní pól

nam cực
Antarktida

trái đất
země

đất liền
pevnina

biển
moře

đảo
ostrov

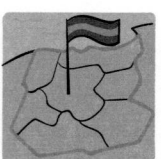

quốc gia
národ

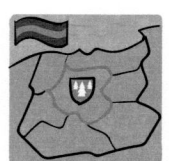

nhà nước
stát

mặt đồng hồ

ciferník

kim chỉ giờ

hodinová ručička

kim chỉ phút

minutová ručička

kim chỉ giây

vteřinová ručička

Bây giờ là mấy giờ?

Kolik je hodin?

ngày

den

thời gian

čas

bây giờ

teď

đồng hồ điện tử

digitální hodinky

phút

minuta

giờ

hodina

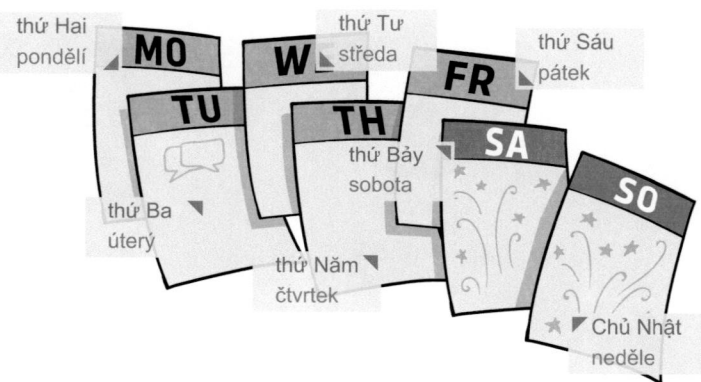

thứ Hai — pondělí — MO
thứ Tư — středa — W
thứ Sáu — pátek — FR
TU
TH
SA
thứ Ba — úterý
thứ Bảy — sobota
SO
thứ Năm — čtvrtek
Chủ Nhật — neděle

hôm qua

včera

hôm nay

dnes

ngày mai

zítra

buổi sáng

ráno

buổi trưa

poledne

buổi tối

večer

MO	TU	WE	TH	FR	SA	SU
1	2	3	4	5	6	7
8	9	10	11	12	13	14
15	16	17	18	19	20	21
22	23	24	25	26	27	28
29	30	31	1	2	3	4

ngày làm việc

pracovní dny

MO	TU	WE	TH	FR	SA	SU
1	2	3	4	5	6	7
8	9	10	11	12	13	14
15	16	17	18	19	20	21
22	23	24	25	26	27	28
29	30	31	1	2	3	4

cuối tuần

víkend

mưa
déšť

cầu vồng
duha

gió
vítr

tuyết
sníh

mùa xuân
jaro

mùa hè
léto

mùa thu
podzim

mùa đông
zima

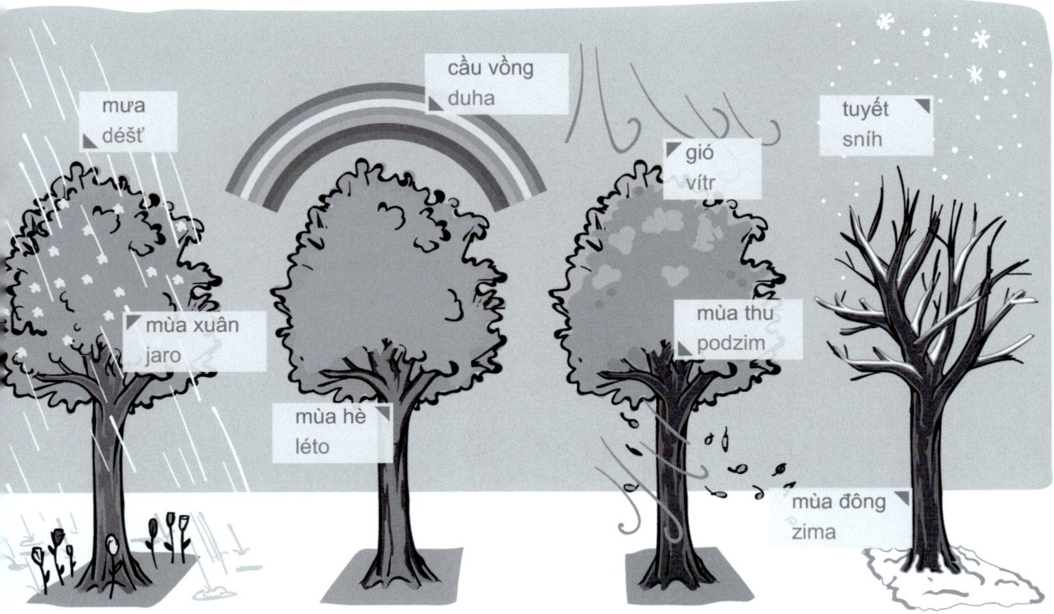

dự báo thời tiết

předpověď počasí

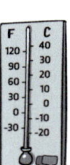

nhiệt kế

teploměr

ánh nắng

sluneční svit

mây

mrak

sương mù

mlha

độ ẩm không khí

vlhkost

tia chớp

blesk

sấm sét

hrom

cơn bão

bouřka

mưa đá

kroupy

gió mùa

monzun

lũ lụt

povodeň

nước đá

led

tháng Một

leden

tháng Hai

únor

tháng Ba

březen

tháng Tư

duben

tháng Năm

květen

tháng Sáu

červen

tháng Bảy

červenec

tháng Tám

srpen

tháng Chín

zář í

tháng Mười

říjen

tháng Mười Một

listopad

tháng Mười Hai

prosinec

hình dạng
tvary

hình tròn

kruh

hình vuông

čtverec

hình chữ nhật

obdélník

hình tam giác

trojúhelník

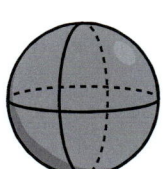

hình cầu

koule

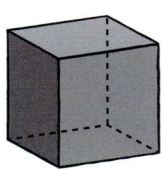

khối vuông

krychle

màu trắng

bílá

màu vàng

žlutá

màu cam

oranžová

màu hồng

růžová

màu đỏ

červená

màu tím

fialová

màu xanh dương

modrá

màu xanh lá cây

zelená

màu nâu

hnědá

màu xám

šedá

màu đen

černá

nhiều / ít

hodně / málo

tức tối / điềm tĩnh

rozzuřený / mírumilovný

xinh đẹp / xấu xí

krásný / ošklivý

bắt đầu / kết thúc

začátek / konec

to / nhỏ

velký / malý

sáng / tối

světlý / tmavý

anh (em) trai / chị (em) gái

bratr / sestra

sạch / bẩn

čistý / špinavý

đủ / thiếu

úplný / neúplný

ngày / đêm

den / noc

chết / sống

mrtvý / živý

rộng / chật hẹp

široký / úzký

ăn được / không ăn được

jedlý / nejedlý

ác / tử tế

zlý / hodný

hào hứng / chán nản

vzrušený / znuděný

béo / gầy

tlustý / hubený

đầu tiên / cuối cùng

nejdříve / naposledy

bạn / thù

přítel / nepřítel

đầy / rỗng

plný / prázdný

cứng / mềm

tvrdý / měkký

nặng / nhẹ

těžký / lehký

đói / khát

hlad / žízeň

bệnh / khỏe mạnh

nemocný / zdravý

bất hợp pháp / hợp pháp

ilegální / legální

thông minh / ngu

inteligentní / hloupý

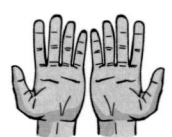

trái / phải

vlevo / vpravo

gần / xa

blízko / daleko

mới / cũ

nový / použitý

không có gì cả / có cái gì đó

nic / něco

già / trẻ

starý / mladý

bật / tắc

zapnutý / vypnutý

mở / đóng

otevřeno / zavřeno

im lặng / ồn ào

tichý / hlasitý

giàu / nghèo

bohatý / chudý

đúng / sai

správný / špatný

sần sùi / mịn màng

drsný / hladký

buồn / vui

smutný / šťastný

ngắn / dài

krátký / dlouhý

chậm / nhanh

pomalý / rychlý

ẩm ướt / khô ráo

vlhký / suchý

ấm áp / mát mẻ

teplý / chladný

chiến tranh / hòa bình

válka / mír

0

só không

nula

1

một

jedna

2

hai

dva

3

ba

tři

4

bốn

čtyři

5

năm

pět

6

sáu

šest

7

bảy

sedm

8

tám

osm

9

chín

devět

10

mười

deset

11

mười một

jedenáct

12

mười hai

dvanáct

13

mười ba

třináct

14

mười bốn

čtrnáct

15

mười lăm

patnáct

16

mười sáu

šestnáct

17

mười bảy

sedmnáct

18

mười tám

osmnáct

19

mười chín

devatenáct

20

hai mươi

dvacet

100

một trăm

sto

1.000

một ngàn

tisíc

1.000.000

một triệu

milion

con số - čísla

tiếng Anh

angličtina

tiếng Anh Mỹ

americká angličtina

tiếng Quan Thoại

standardní čínština

tiếng Hin-di

hindština

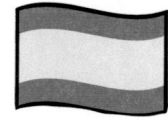

tiếng Tây Ban Nha

španělština

tiếng Pháp

francouzština

tiếng Ả-rập

arabština

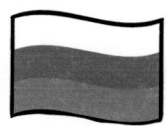

tiếng Nga

ruština

tiếng Bồ Đào Nha

portugalština

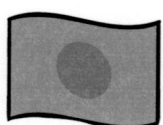

tiếng Bengal

bengálština

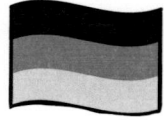

tiếng Đức

němčina

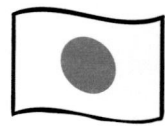

tiếng Nhật

japonština

tôi

já

bạn

ty

anh ta / cô ta / nó

on / ona / ono

chúng tôi

my

các bạn

vy

họ

oni

ai?

Kdo?

cái gì?

Co?

như thế nào?

Jak?

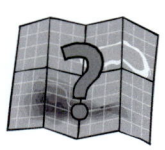

ở đâu?

Kde?

lúc nào?

Kdy?

tên

jméno

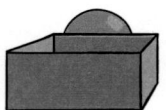

phía sau

za

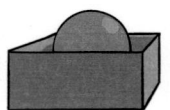

ở trong

do

phía trước

z

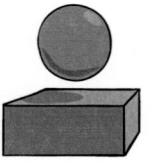

phía trên

nad

ở trên

na

ở dưới

mezi

bên cạnh

vedle

ở giữa

mezi

chỗ

místo